# രാമാനുചരിതം
(തുള്ളൽ കഥ)

കുഞ്ചൻ നമ്പ്യാർ

*Title: Ramanucharitham*

*Author: Kunchan Nambiar*

*Language: Malayalam*

*First Published on: 17$^{th}$ Century*

*Published on: 2024*

*Book Format: Paperback*

*Category: Poetry*

*Subject: Religious, Poetry*

*No. of pages: 37*

*Size: 6inch * 9inch*

## ഉള്ളടക്കം

രാമാനുചരിതം........................................................................*4*

This page is intentionally left Blank.

# രാമാനുചരിതം

(തുള്ളൽ കഥ)

കാരണപൂരുഷനാകിയ ഭഗവാൻ
വാരണവദനൻ വാരിജനയനൻ
ദ്വാരവതീപുരിതന്നിലുദാരം
ദാരങ്ങളുടെ സമൂഹത്തോടും
സ്വൈരം വാണരുളീടിന കാലം
നാരദമുനിവരനൊരുദിനമമ്പൊടു
പാരാതങ്ങെഴുനള്ളി നിഗൂഢം
പതിനാറായിരമെട്ടും സ്ത്രീകടെ
പതിയാകുന്ന പരൻ പുരുഷൻ താൻ
അതിമാനുഷനിവനെങ്കിലുമനവധി
മതിമുഖിമാരൊടു കൂടി രമിപ്പാൻ
മതിയായ് വരുമോ താനൊരുവൻ പുന -
രതിനുടെ കൗശലമിങ്ങറിയേണം .
പ്രതിദിനമോരോ നാരികളോടും
രതിസുഖമനുഭവമെന്നുവരുമ്പോൾ
ഉഴവില്ലാതൊരു പുല്ലു കിളുർത്തൊരു
പഴുനിലമെന്നകണക്കേ സ്ത്രീകൾ -
ക്കൂഴം വരുവാൻ വളരെക്കാലം
പാഴിലിരുന്നേ മതിയാകുള്ളു
മുപ്പതുമെട്ടുമൊരഞ്ചും വർഷം
മാസം പത്തും ദിവസമൊരെട്ടും
അങ്ങു കഴിഞ്ഞാലൊരുദിനമവനൊടു
സംഗമമംഗനമാർക്കു ലഭിക്കും ;
രണ്ടാം കുറി വരുമളവേ നാരികൾ
കണ്ടാലാകാതായ് വരുമപ്പോൾ

തണ്ടാർമാതിന് കണവനുമായവൾ
വേണ്ടാതായ് വരുമക്കാലത്ത് ;
തലമുടിയൊക്കെ നരച്ചു വെളുത്തും
മുലയിണ തൂങ്ങിയുലഞ്ഞു ചമഞ്ഞും
ചില പല്ലിന്നുമിളക്കം വരുമൊരു
വിലപിടിയാത്തവളായ് വരുമപ്പോൾ
ആയവൾ പെറ്റതു പെണ്ണെന്നാൽ പുന -
രവളും പെറ്റുതുടങ്ങുമതങ്ങനെ
മകളും മകനും മരുമകൾമകനും
വക പലതിങ്ങനെ തീർന്നാലവിടെ
സുഖമില്ലെന്നും വന്നു ഭവിക്കും ;
കാളിയമഥനൻ വളരെ സ്ത്രീകളെ
വേളി കഴിച്ചതു ചിതമായില്ല ;
കേളിക്കും സുഖമില്ലിസ്ത്രീകളെ
ലാളിക്കുന്നതുമെങ്ങനെ കൃഷ്ണൻ ?
മുറ്റുമൊരുത്തിയെ ലാളിക്കുമ്പോൾ
മറ്റേപ്പെണ്ണിനു മുഞ്ഞി കറുക്കും
തെറ്റെന്നവളെസ്സമ്മാനിച്ചാൽ
കുറ്റം മറ്റവളൊന്നുണ്ടാക്കും
അറ്റമതില്ലാതംഗനമാർക്കിഹ
കൊറ്റു കൊടുത്തും കോപ്പുകൾ തീർത്തും
പേറ്റിനു കടുകും മഞ്ഞളുമുള്ളിയു -
മേറ്റം പലവക ചെലവുകളിട്ടും
വളരെ സ്ത്രീകളെ വച്ചു പുലർത്തും
ജളപുരുഷൻ മുതലുള്ളതശേഷം
കളവാനുള്ളൊരു സംഗതിയാകും
കളവാണികളിൽ കാംക്ഷ മുഴുത്താൽ ;
നളിനവിലോചനനാകിയ കൃഷ്ണനു
നാരികളനവധിയുണ്ടായതിനാൽ
കളിപറകല്ലൊരുനേരവുമുള്ളിൽ

തെളിവില്ലെന്നും വന്നു ഭവിക്കും ;
വാശ്ശുതുമസ്തു നമുക്കെന്തതിനാൽ
ഈശ്വരവിലസിതമാർക്കറിയാവൂ ?
നന്ദകുമാരൻ ബോധിക്കാതെ -
ചെന്നു പതുക്കെയൊളിച്ചൊരു ദിക്കിൽ
നിന്നുടനൊന്നു വിശേഷമറിഞ്ഞ -
ങ്ങിന്നു നമുക്കു ഗമിച്ചീടേണം .
ഇത്ഥം നാരദമാമുനിതന്നുടെ
ചിത്തം തന്നിൽ വിചാരിച്ചങ്ങൊരു
പുത്തൻ മണിമാളികമുകളേറി
പുരുഷോത്തമനുടെ ശയനഗൃഹത്തിൽ
ജാലകവാതിൽപ്പഴുതില്ക്കൂടെ -
ച്ചാലെയൊളിച്ചഥ നോക്കുന്നേരം
ഉത്തമപുരുഷന് വെറ്റിലയും തി -
ന്നുത്തമകാമിനിമണിയൊടു ചേർന്നഥ
മെത്തകരേറി മനോഭവലീലകൾ
ചീത്തസുഖേന കഴിപ്പതു കണ്ടു ;
ഇന്നു മുരാന്തകനിവളൊടു കൂടി -
ച്ചേർന്നു ശയിക്കും ദിവസമതല്ലോ
എന്നതറിഞ്ഞു മുനീന്ദ്രൻ മറ്റൊരു
മന്ദിരസീമനി ചെല്ലുന്നേരം
അവിടത്തിൽ പുനരംബുജനേത്രനു -
മവികലസുന്ദരിയായൊരു പെണ്ണും
പകിടകളിച്ചും കൊണ്ടു രസിച്ചും
വികടവിനോദം വാണരുളുന്നു ;
മറ്റൊരു ഭവനേ ചെന്നു മുനീന്ദ്രൻ
പറ്റിയൊളിച്ചഥ നോക്കുന്നേരം
കറ്റക്കുഴൽ മണിയൊരുവൾ മുകുന്ദനു
വെറ്റ തെറുത്തു കൊടുപ്പതു കണ്ടു ;
എതിർഗേഹാന്തേ ചെന്നു മുനീന്ദ്രൻ

കതകിന് നികടേ നോക്കുന്നേരം
ചതുരൻ കൃഷ്ണനുമൊരു സുന്ദരിയും
ചതുരംഗം വയ്ക്കുന്നതു കണ്ടു ;
വീണാധരമുനി മറ്റൊരു ഭവനേ
കാണാതവിടെയൊളിച്ചഥ നോക്കി ;
ചേണാർന്നീടിന മധുസൂദനനും
ഏണായതമിഴിയാകിന പെണ്ണും
വീണാവേണു വിനോദത്തോടേ
കാണായവിടെ രമിക്കുന്നതുമഥ ;
പരഭവനാന്തേ ചെന്നു മുനീന്ദ്രൻ
പരമപുമാനെയുമവിടെക്കണ്ടു ;
പരിമളമിളകിന മലയജമൊഴുകും
പരഭൃതമൊഴിയുടെ കുചഭരയുഗളം
പരിചൊടു തിരുമാറ്വിടമിടചേർത്തഥ
പരമസുഖേന പുണർന്നീടുന്നു ;
പ്രാണാധിപനാം മാധവനങ്ങനെ
ഏണീമിഴിയുടെ പാദസരോജേ
വീണുവണങ്ങീടുന്നതുമുടനേ
കാണായ് വന്നിതു മറ്റൊരു ഭവനേ ;
നലമൊടു മറ്റൊരു ഗേഹേ കൃഷ്ണൻ
ചലമിഴിയേ നിജ മടിയിലിരുത്തി
തലമുടി ചിക്കി വിടർത്തീടുന്നതു
സുലളിതമവിടെക്കാണായ് വന്നു ;
കലിതകുതൂഹലമന്യഗൃഹത്തിൽ
കലിമുനി ചെന്നു കരേറുന്നേരം
ജലജദലേക്ഷണനേവം നല്ലൊരു
ചലമിഴിയേ നിജ മടിയിലിരുത്തി
മലയജപങ്കില കങ്കുമകളഭം
മുലകളിലണിയിക്കുന്നതു കണ്ടു ;
കലഹപ്രിയമുനിതാനഥ മറ്റൊരു

നിലയംതന്നിൽ ചെല്ലുന്നേരം
വലരിപുസഹജനൊരംഗനതന്നുടെ
മുലയിണ മെല്ലെത്തൊട്ടുതലോടി
കലഹിക്കരുതേ കാമിനി ! നിന്നുടെ
മുലയിണയാണേ മറ്റൊരു നാരിയെ
വലനം ചെയ്തില്ലാശു സുശീലേ !
കലുഷത കള കള കളമൊഴിമൗലേ !
കുലദൈവതമേ വരിക സമീപേ
ബലഭദ്രാനുജനിങ്ങനെയവളൊടു
പലമൊഴി ഹന്ത കനിഞ്ഞു പറഞ്ഞു
കലഹം തീർത്തുടനവടെ ലലാടേ
തിലകക്കുറി ചാർത്തുന്നതു കണ്ടു ;
തദ്ദിശി മറ്റൊരു ഗേഹേ കൃഷ്ണൻ
മദ്ദളമൊത്തിപ്പദവും പാടി
പദ്യം ചൊല്ലിപ്പൊരുളരുളീടിന
വിദ്യ , വിനോദവിലീനൻ കണ്ടാൻ ;
ദോഷമകന്നഥ മറ്റൊരു ഭവനവി -
ശേഷമതറിവാൻ ചെല്ലുന്നേരം
മല്ലാരി ദേവനൊരു മല്ലാക്ഷിയോടും കൂടി
മല്ലായുധകേളിയിലുല്ലാസത്തോടും കൂടി
" മെല്ലെ വരിക തടവില്ലേതുമിന്നു മലർ
വില്ലേന്തി വരുന്നൊരു മല്ലൻ മദനനെന്നെ
കൊല്ലുന്നതിനുമുൻപേ തെല്ലും മടി കൂടാതെ
വെല്ലം പഞ്ചസാരയും വെല്ലുമധരമതും
മെല്ലെന്നു തരിക നീ കില്ലൊന്നുമിന്നുവേണ്ടാ ;
നല്ലന്തിനേരമൊരു വല്ലന്തിയുണ്ടാക്കാതെ
നില്ലന്തികേ മനസി കില്ലേന്തിയുഴലാതെ
മുല്ലവിശിഖനുടെ മല്ലാട്ടത്തിനു കാമ -
വല്ലീ ! നീയെന്യേ ഗതിയില്ലല്ലോ നമുക്കിന്ന് . "
ഇങ്ങനെയൊരു പുരിതന്നിൽ മുകുന്ദനൊ -

രംഗനയോടരുൾ ചെയ്തതു കേട്ടഥ
തിങ്ങിന മോദാൽ നാരദമാമുനി -

യെങ്ങുമൊരേടമിളച്ചീടാതെ
ഊക്കേറും ഹരിചരിതം കണ്ടഥ
മൂക്കേൽ വിരലും വെച്ചു നടന്നു നി -
രക്കെപ്പതിനാറായിരമെട്ടുമ -
തൊക്കെക്കണ്ടു സുവർണ്ണഗൃഹത്തിൽ ;
എല്ലാ ശയനഗൃഹങ്ങളിലും ബത
മല്ലാന്തകനും മഹിഷിയുമായി
സല്ലാപാദി സുഖേന ശയിപ്പതു -
മുല്ലാസാലിഹ കണ്ടു മുനീന്ദ്രൻ ;
" കൃഷ്ണ ഹരേ ! മധുസൂദന മാധവ !
വൃഷ്ണികുലേശ്വര ! വിശ്വംഭര ജയ
വിസ്മയമീശ്വര തവ മറിമായം
തസ്മിൻ സ്വാമിൻ നാഥ നമസ്തേ "
സുസ്മിതനാകിയ നാരദനിങ്ങനെ
വിസ്മിതനായി വണങ്ങീട്ടുടനേ
രുക്മിണിതാനഥ വാണരുളീടിന
രുക്മിനികേതേ ചെന്നു മുനീന്ദ്രൻ
ഒട്ടും മടിയാതേഷണി പറവാൻ
വട്ടം കൂട്ടി വസിച്ചരുൾ ചെയ്തു !
"വരിക വിരവൊടു വിദ്രഭതനൂജേ !
വരഗുണശാലിനി വാരണഗമനേ !
ഹരിവല്ലഭമാർ പതിനാറായിര -
മരുണാധരിമാരതിസുന്ദരിമാർ
അതിലധികം പുനരെട്ടു നതാംഗിക -
ളതിലും സുന്ദരി നീയും ഭാമയും
അതിശയമാകിന ഹരികാമിനിമാ -

രതിനൊരു സംശയമില്ല സുശിലേ !

അതിലും ഹന്ത നിനക്കു വിശേഷി -
ച്ചതിസൗഭാഗ്യമിതെന്നു പ്രസിദ്ധം ;
എന്നിഹ പലരും പറയുന്നതു കേ -
ട്ടങ്ങനെതന്നെ നമുക്കും ബോധം .
സത്യഭാഷിണി രുക്മിണി നീയും
സത്യഭാമയും സമ്പ്രതി തുല്യം
സത്യസന്ധനാം കൃഷ്ണനു നിങ്ങളിൽ
നിത്യരാഗമൊരു നീക്കവുമില്ല ;
എങ്കിലും കിമപി സംശയമിപ്പോ -
ളെങ്കലുള്ളതിഹ ഞാനുരചെയ്യാം
മങ്കമാർമണേ ! നിങ്കലുറച്ചൊരു
പങ്കജാക്ഷനെത്തങ്കലതാക്കാൻ
സത്യഭാമ താനൊന്നു മുതിർന്നിതു
സത്യബുദ്ധിയാം നീയറിയുന്നോ ?
ഗൂഢമന്ത്രമോ കിമപിയവൾക്കൊരു
ഗൂഢതന്ത്രമോ ഉണ്ടതു നൂനം ;
പ്രൗഢനാകിയ ഹരിക്കവൾ തങ്കൽ
ഗാഢരാഗമുളവായിതുകാലം ;
പാരിനീശനമരേന്ദ്രബലത്തെ
പോരിലമ്പൊടു ജയിച്ചു മുകുന്ദൻ
പാരിജാതമപി ഹന്ത ഹരിച്ചു
പാരിടത്തിലതുകൊണ്ടിഹ പോന്നു
ആരുമാരുമറിയാതൊരു ദിക്കിൽ
പേരുമാറ്റി വിധമൊന്നു പകർത്തി
തത്ര നട്ടു വളമിട്ടു നനച്ചു
ചിത്രരത്നശിലകൊണ്ടു പടുത്തു
പത്മരാഗതണിവും മണവും ബഹു -
പത്മനാഭനുടെ ഭാമിനിയാകും

സത്യഭാമയുടെ മന്ദിരമിപ്പോൾ
സത്യലോകസുരലോകസമാനം
ഇരക്കുന്ന ജനങ്ങൾക്കു നിരക്കുന്ന ദ്രവ്യമെല്ലാം
തെരിക്കെന്നു ദാനം ചെയ് വാനൊരിക്കലും കുറവില്ലാ ;
ഉരിക്കഞ്ഞി രണ്ടു വറ്റുമൊരിക്കൽ ഭുജിച്ചുകൊണ്ടു
മരിപ്പാറായ് ക്കിടക്കുന്നോരിരപ്പാളിക്കൂട്ടമെല്ലാം
നിരപ്പോടേ പാരിജാതത്തരു പ്രൗഢനോടു ചെന്ന -
ങ്ങിരക്കും നേരമേ തന്റെ പരക്കുന്ന കൊമ്പുകളി -
ലിരിക്കുന്ന പട്ടും പൊന്നും പെരുക്കുന്ന നെല്ലും വിത്തും
കൊതിക്കുന്നതെല്ലാം താഴെപ്പതിക്കുന്നതാശു കാണാം
ഉടുപ്പാനില്ലാത്തോന് പട്ടുടുത്തു കങ്കണം കൈയിൽ
തൊടുത്തു , കാതു രണ്ടിലും കടുക്കൻ
പോട്ടുകൊണ്ടോരോ
മിടുക്കൻ മാർ നെല്ലരിയും പൊടുക്കെന്നു ചാക്കിൽ
കെട്ടി
നടക്കുന്നു വീട്ടില്ക്കൊണ്ടെക്കൊടുക്കുന്നു
നാരിമാർക്കും ;
കടക്കാരും പോന്നുവന്നു തടുക്കാതെ ദ്രവ്യം വാങ്ങി
അടക്കം പൂണ്ടങ്ങു മാറി നടക്കുന്നു സന്തോഷിച്ചു
കൊടുക്കുന്ന വേലയെല്ലാമെടുക്കുന്നവർക്കു കൂലി
കൊടുക്കുന്നതിനുമേതും മടിക്കുന്നോരില്ലിക്കാലം

തരുണീകുലമണി ഭാമ വസിക്കും
പുരമതില് മരുവിനൊരുരുതര സുരത

ധനവസനാദികളെല്ലാം കരുതും
തെരുതെരെയങ്ങു കൊടുക്കും താനും
തെരുവുകള് വീടുകള് നാടുകളെല്ലാം
പെരുകിന ധനധാന്യാദികള് കൊണ്ടിഹ

പരിപൂറ്ണ്ണാമൃതമായ് വന്നിതു ബത !
നരവര സുന്ദരി രുക്മിണി ! ബാലേ !
ഇത്തരമുരുതരസുരവൃക്ഷത്തെ -
സത്വരമിങ്ങിഹ കൊണ്ടുവന്നിപ്പോള്
പത്തുസഹസ്റവുമാറുസഹസ്റവു -
മുത്തമകാമിനിമണികളിലാറ്ക്കും
ഉത്തമപുരുഷന് ദാനം ചെയ്തി -
ല്ലത്തൊഴില് കൊള്ളാമായതു പോട്ടെ ;
എട്ടു വധുക്കളിലേറ്റം മുരഹര -
നിഷ്ടയയാതൊരു രുക്മിണി ! നിന്നുടെ
വീട്ടിലെ മുറ്റത്തമരദ്റുമമതു
നട്ടു നനപ്പാന് നിന്നുടെ വല്ലഭ -
നൊട്ടും കനിവില്ലാഞ്ഞതു കഷ്ടം !
ഹന്ത നിനക്കു തരാഞ്ഞതിനേക്കാ -
ളന്തസ്താപമവള്ക്കു കൊടുത്തതു ;
കൊന്നതിനേക്കാള് കോതയിരിക്കല്
നിന്നു വിളിക്കുന്നതു ബഹു ദ:ഖം ."
ഇത്തരമേഷണി കൂട്ടി മുനീന്ദ്റന്
സത്വരമങ്ങു ഗമിച്ചൊരു ശേഷം
ബുദ്ധിക്ഷയവും പൂണ്ടഥ രുക്മിണി
ക്റുദ്ധിച്ചവിടെത്തന്നുടെ ഭവനേ
കതകുമടച്ചു കിടക്കുന്നേരം
കടല്നിറമുടയവനങ്ങെഴുനള്ളി .

" ബന്ധൂകാധരിമാറ് കൂപ്പും ബന്ധുരാംഗി ! വാതില് -
ബന്ധിച്ചു കിടപ്പാനെന്തു ബന്ധം ബാലേ !
അന്തിനേരവുമിരുട്ടും വന്നുകൂടി നിന്റെ -
അന്തികേ ശയിപ്പാനല്ലോ വന്നു ഞാനും
എന്തിനു കലഹിക്കുന്നു കല്യാണാംഗി ! കൃഷ്ണന്
എന്തൊരു പിഴ ചെയ്തിപ്പോളെന്നു ചൊല് ക

മാരന്റെ ശരങ്ങളേറ്റു മാഴ്കുന്നെന്റെ ചിത്തം

ആരെന്റെ മാലറിയുന്നു നീയല്ലാതെ
പന്തിടഞ്ഞ പോറ്മുലകള് പുല്കാനല്ലോ വന്നു
ദന്തിഗാമിനി ! നിന് കാന്തന് വാസുദേവന്
മറ്റുള്ള മാനിനിമാരെക്കൈവെടിഞ്ഞു ഞാനും
മുറ്റും നിന്നോടു രമിപ്പാനല്ലോ വന്നു
കുറ്റമെന്തെനിക്കു ബാലേ ! കൂറില്ലാതായ് വന്നു
തെറ്റെന്നു കതകടപ്പാനെന്തു മൂലം ?
പാരമുണ്ടു പരിതാപം പങ്കജാക്ഷി , ബാലേ !
പാരാതെ വാതില് തുറക്ക രുക്മിണീ ! നീ "

ഇങ്ങനെ മധുരിപുതന്നുടെ വചനം
തിങ്ങിന കലഹത്തോടെ കേട്ടഥ
മങ്ങിന മുഖവും താഴ്ത്തിയിരുന്നു ക -
ലങ്ങിന മനസാ രുക്മിണി ചൊന്നാള് ;

" വണ്ടാറ്കുഴലിമാരെക്കൊണ്ടാടി വിനോദിപ്പാന്
പണ്ടാരുമേവമില്ലല്ലോ കൊണ്ടല്നേറ് വറ്ണ്ണാ !
പണ്ടാരുമേവമില്ലല്ലോ
അംബുജ മധുപാനമാസ്വദിക്കുന്ന ഭൃംഗം
നിംബത്തെ കാംക്ഷിച്ചീടുമോ ? നിറ്മ്മലാകാര ?
നിംബത്തെ കാംക്ഷിച്ചീടുമോ ?
പാരാതെതന്നെ പതിനാറായിരം നാരിമാറ്
വേറായ് നിനക്കുമുണ്ടല്ലോ വേദാന്തമൂറ്ത്തേ !
വേറായ് നിനക്കുമുണ്ടല്ലോ ?
പാരിജാതത്തേ നല്കിപ്പാലിച്ചു വച്ചിരിക്കും
വാരിജാക്ഷി ഞാനല്ലല്ലോ , വാരിധിവറ്ണ്ണ !
വാരിജാക്ഷി ഞാനല്ലല്ലോ ;
ദിവ്യസ്ത്റീയോടും കൂടി ദിവ്യകുസുമം ചൂടി

നിറ് വ്യാജം ക്റീഡചെയ്താലും നീരജനേത്റ !
നിറ് വ്യാജം ക്റീഡചെയ്താലും
സാരങ്ങളായുള്ളൊരു ദാരങ്ങള് നിന് വരവും
പാരം കൊതിച്ചു മേവുന്നു പാരാതെ പോക
പാരം കൊതിച്ചു മേവുന്നു "

ഭീഷ്മകമകളുടെ വചനമതിങ്ങനെ
ഊഷ്മളതരമഥ കേട്ടു മുകുന്ദന്
ശാന്തിദവാക്കരുള് ചെയ്തു പതുക്കെ
ശാന്തത കിമപി വരുത്തിക്കൊണ്ടഥ
വാതില് തുറപ്പിച്ചാശു ഗൃഹം പു -
ക്കാധിപറഞ്ഞു കളഞ്ഞു തെളിഞ്ഞൊരു
ഭാവമിയന്നൊരു ഭാമിനിയോടും
ഭഗവാനത്റ ശയിച്ചു രമിച്ചു

അവശതകള് പറഞ്ഞു കളഞ്ഞു
അവളുടെ മുഖമാശു തെളിഞ്ഞു
കുളുറ്മുലകളണച്ചു പുണറ്ന്നു
ഇതി പലവിധലീല തുടറ്ന്നു
രതിരമണന് ബാണമിണങ്ങി
മതിമുഖിയുടെ കോപമടങ്ങി
മധുമലറ്ഗണമാശു പൊഴിഞ്ഞു
തലമുടി വടിവോടുമഴിഞ്ഞു
പരിചോടും വീടി നുകറ്ന്നു
രജനിയതു കഴിഞ്ഞു പുലറ്ന്നു .

രജനി കഴിഞ്ഞു പുലറ്ന്നൊരു സമയേ
രുചിരസുഖേന മുകുന്ദന് ഭഗവാന്
നിജ കൃത്യങ്ങള് കഴിച്ചു ഭുജിച്ചഥ
നിജ മണിഭവനേ ചെന്നു വസിച്ചു

ഉള്ളില് നിനച്ചിതു രുക്മിണിദേവി -
ക്കുള്ളിലഹമ്മതി കൊണ്ടിഹ കിഞ്ചില്
ഉള്ള നതാംഗിജനങ്ങളിലതിശയ -
മുള്ളവള് ഞാനെന്നുണ്ടൊരു ഭാവം ;
എങ്കിലതൊട്ടു ശമിപ്പിക്കാഞ്ഞാ -
ലെങ്കലൊരൂനത വരുമിനി മേലില്
എന്നു മനസ്സിലുറച്ചു മുകുന്ദന്
തന്നുടെ വാഹനമാകിയ ഗരുഡനെ
വിരവൊടു ചിന്തിച്ചീടിന സമയേ
ഗരുഡനുമമ്പൊടു വന്നു വണങ്ങി
അരുളിച്ചെയ്തു മുകുന്ദന് ഭഗവാന് :
" ഗരുഡാ ! വരിക സമീപേ സുമതേ !
കദളിവനത്തിലിരിക്കുന്നുണ്ടിഹ
കദനവിചക്ഷണനാകിയ ഹനുമാന്
മദനാന്തകനുടെ ബീജമവന് ദശ -
വദനപുരത്തെ ദഹിപ്പിച്ചൊരുവന്
രഘുനായകനുടെ ഭക്തന് മാരുതി
ലഘുതരലംഘിതലവണസമുദ്റന്
സുഗ്റീവപ്റിയനംഗദസേവി ദ-
ശഗ്റീവന്റെ കപോലസ്ഥലമതി -
ലുഗ്റനഖാവലി കുലിശകരാളക -
രാഗ്റം കൊണ്ടടികൂട്ടിയ വീരന് ;
അഞ്ജനതന്നുടെ തനയന് നിശിചര -
ഭഞ്ജനമന്പൊടു ചെയ്തൊരു വീരന്
അക്ഷകുമാരനെ വിരവൊടു തന്നുടെ
കക്ഷം തന്നിലമര്ത്തി ഞെരിച്ചു വ -
ധിച്ചു വിചക്ഷണനായ് മരുവീടിന
മാരുതസുതനുടെ വീക്ഷണമായതു
പാരാതിങ്ങു ലഭിച്ചീടേണം
ദക്ഷനതാകിയ ഭവാനതിനധുനാ

പക്ഷികുലോത്തമ ! പോയ് വരവേണം .
ഗന്ധമാദനമഹാഗിരിമുകളില്
ഗന്ധവാഹന തനൂജനിരിക്കു -
ന്നൈന്ദ്റവാഹനസഹസ്റബലന് മമ
ബന്ധുവാകുമവനാശു വരേണം ;
മറ്ക്കടാധിപനെയിങ്ങു വരുത്താന്
ദുറ്ഘടം തവ ഭവിക്കയുമില്ല
മല്ക്കടാക്ഷമവനാഗ്റഹമുണ്ടതു
നീക്കമില്ല വരുമിങ്ങു നിനച്ചാല്
പണ്ടു രാമനുടെ ചാരുകടാക്ഷം
കൊണ്ടു മല് പ്രിയനതാം ഹനുമാനെ
കണ്ടുകൊള് വതിനു കൗതുകമിപ്പോ -
ളുണ്ടു മേ മനസി പക്ഷികുലേന്ദ്റ !
രണ്ടുനാലു ദിവസത്തിനകം നീ
കൊണ്ടവന്നു മമ കാട്ടുക വേണം
രണ്ടുപക്ഷമതിനില്ല ഭവാനെ -
ക്കണ്ടുവെങ്കിലവനിങ്ങിഹ പോരും . "

അരുളപ്പാടതു കേട്ടു ഗരുഡന് , മുകുന്ദന് തന്റെ
തിരുപ്പാദേ വീണു കൂപ്പി സ്തുതിച്ചു സന്തോഷത്തോടേ
ചിറകും പരത്തിക്കൊണ്ടങ്ങുയറ്ന്നു ഗഗനത്തിങ്കല് -
പ്പരന്നു മാരുതവേഗമിയന്നു വടക്കു നോക്കി -
പ്പറന്നു നാടുകള് കാടും കടന്നു കീഴ്പോട്ടു നോക്കി -
യറിഞ്ഞു ഗന്ധമാദനമണഞ്ഞു മാരുതിവീര -
നിരിക്കും കദളികൊണ്ടുല്ലസിക്കും പ്റദേശത്തു ചെ -
ന്നിറങ്ങിയരികേ കണ്ടു നിറഞ്ഞ വാഴക്കൂട്ടത്തില്
നിറം ചേരും മണ്ഡപത്തിലിരിക്കും ശ്റീഹനുമാനെ ;
സ്മരിക്കും മാനുഷറ്ക്കുള്ളിലിരിക്കും പാപങ്ങളെല്ലാം
തെരിക്കെന്നു നഷ്ടമാക്കും ഒരിക്കലേതന്നെ നൂനം .

ഇങ്ങനെയുള്ളൊരു ശ്റീഹനുമാനെ
തിങ്ങിന മോദാല് കണ്ടു പതംഗമ -
പുംഗവനാകിയ ഗരുഡന് കപികുല -
പുംഗവനോടറിയിച്ചിതു ഗൂഢം :
" ജനകസുതാപതിദൂത സഖേ ! മണി -
കനകസുകുണ്ഡലമണ്ഡിതഗണ്ഡ !
അനഘമതേ ! ശൃണു മാമകവചനം
വിനതാസുതനഹമണ്ഡജവീരന്
അരുണസഹോദരനധികവിനീതന്
കരുണാകരനുടെ വാഹനഭൂതന്
അരുണാംബുജദളലോചനനാകിയ
ഹരിയുടെ ദൂതന് ഞാനിഹ വന്നു ;
അരുളിച്ചെയ്തു നിയോഗിച്ചിതു മാം
കരളില് കനിവൊടു കാറ്മുകില് വറ്ണ്ണന്
സുരപുരി സമമാം ദ്വാരക തന്നില്
സുരുചിരവാസം ചെയ്തരുളുന്ന
യദുകുലനാഥന് കൃഷ്ണന് തിരുവടി
മൃദുവാം ശ്റീമച്ചരണസരോജന് .
അഞ്ജന തന്നുടെ മകനാകുന്ന നി -
രഞ്ജനഹൃദയനതായ ഭവാനെ
അഞ്ജനവറ്ണ്ണനു കാണ് മാനാഗ്റഹ -
മധികമതുണ്ടെന്നറികയിദാനീം
തന് തിരുവടി താനെന്നെയയച്ചു
ചിന്തിതമെന്തെന്നാറ്ക്കറിയാവൂ .
പംക്തിമുഖാലയദാഹകനെ ദ്റുത -
മന്തികസീമനി കൂട്ടിക്കൊണ്ടിഹ
വരികെന്നെന്നെ നിയോഗിച്ചിതു ഹരി
പെരികെക്കൗതുകമോടിതുകാലം
വിരവൊടു പോന്നീടുക നീ കപിവര !
ഹരി വരമരുളും ഹന്ത നിനക്കും . "

ചമ്പതാളം

അരുണനുടെ സഹജനുടെ വചനമതു കേട്ടുടന്
ആഞ്ജനേയന് കപിശ്രേഷ്ഠന് പറഞ്ഞിതു :

" പശുപകുലമതില് മരുവുമശുഭമതിയാമവന്
പാര്ത്ഥനു തേറ് തെളിപ്പാനിരിക്കുന്നവന്
തെളിവുമൊരു വെളിവുമവനകതളിരിലില്ലെടോ !
വെണ്ണയും പാലും കവറ്ന്നു ഭുജിപ്പവന്
അവനുടയ ഭവനമതില് വരിക ചിതമല്ലെടോ
അഞ്ജനാപുത്റനാമിക്കപിശ്രേഷ്ഠനും ;
വൃഷലികടെ വികൃതി ബത ശിവശിവ ! നമുക്കഹോ
വീക്ഷണം ചെയ് വാന് മനസ്സില്ല തെല്ലുമേ
ചടുലമിഴി പടലികടെ വിടുപണികള് ചെയ്യുമ -
ച്ചങ്ങാതിയെച്ചെന്നു കാണ് മാന് ചിതം നഹി
രഘുനൃപതികുലതിലകനലഘുഭുജവിക്റമന്
രാമഭദ്റസ്വാമി ദേവനെന് ദൈവതം
അവനുടയ ചരണമൃദുകമലയുഗമാശ്റയം
അന്യനെസ്സേവിക്കയില്ല ഞാനണ്ഡജ ! "

മറ്ക്കടവരനുടെ വാക്കുകള് കേട്ടുട -
നുല്ക്കടരോഷമിയന്നഥ ഗരുഡന്
" നോക്കെട മൂത്ത കുരങ്ങച്ചാരേ !
ധിക്കാരം മമ കേള്ക്കരുതിപ്പോള്
ശക്റാദികളും വന്നു വണങ്ങും
ചക്റായുധനെക്കൊണ്ടു ദുഷിക്കും
വക്റാത്മാവേ നിന്നെടു കിഞ്ചന
വക്കാണിച്ചേ മതിയാവുള്ളു
അറ്ക്കനു തുല്യമശേഷജഗത്തിലി -

തൊക്കെപ്പൊലിമ വരുത്തിയിരിക്കും
വിക്റമജലനിധി വിശ്വജനേശ്വര -
നക്കടല് വറ്ണ്ണന് കറ്ണ്ണാരിസഖന്
മല്ക്കുലദൈവതമദ്ദേഹത്തെ നി -
നക്കു ദുഷിപ്പാന് യോഗ്യതയുണ്ടോ ?
മറ്ക്കടകീടാ ! നില്ലെട നിന്നുടെ
മസ്തകമിന്നു തകറ്ത്തേ പോകൂ .

ഉള്ള മരങ്ങടെ കായും കനിയും
തൊള്ളയിലിട്ടു കടിച്ചു ഭുജിച്ചഥ
പള്ള നിറച്ചു മരത്തേലേറി
പല്ലുമിളിച്ചു പുളച്ചു നടക്കും
കള്ളക്കൂട്ടം കപിചപലന് മാറ്
മുള്ളു പറഞ്ഞാലതുപൊഴുതുട നടി -
കൊള്ളുമെടാ ! മതി കലഹം നിന്റെ
തള്ളലുമുടനേ തീരുമശേഷം
കൊള്ളിവലിച്ചു തലക്കിട്ടുടനടി
കൊള്ളിക്കും ഞാന് വാലു പിടിച്ചിഹ
തുള്ളിക്കുന്നുണ്ടത്റയുമല്ലിനി
വള്ളികള് കൊണ്ടു വരിഞ്ഞു കിണറ്റില്
തള്ളിമറിച്ചൊരു തടികൊണ്ടുടലുകള്
തല്ലി ഞെരിച്ചു തടിച്ച കുരങ്ങിനെ -
യെള്ളിനു തുല്യം പൊടിയാക്കാതെ -
ന്നുള്ളില് കോപമടങ്ങുകയില്ല .
തന്നെത്താനറിയാതെ ദുഷിക്കും
നിന്നെത്താമസിയാതെ വധിച്ചേ
പന്നഗരിപുവിനു മതിയാകുള്ളു
പന്നഗഭൂഷണപാദത്താണേ ! "

എന്നതു കേട്ടരുള് ചെയ്തു ഹനുമാ -

" നെന്നുടെ നിധനം ചെയ് വതിനിപ്പോള്
മന്നിലൊരുത്തനുമില്ലിഹ പിന്നെ
പന്നഗലോകം തന്നിലുമില്ല !
വിണ്ണിലുമില്ലെന്നറിയാതെന്നുടെ
ഉണ്ണി കയറ്ക്കുന്നെന്തിനു പഴുതേ
കണ്ണനുവേണ്ടിക്കലഹിച്ചാല് നി -
ന്റ്റണ്ണനു തുല്യമതാകും നീയും .
അണ്ഡജമൂഢാ ! നിന്നുടെ ജ്യേഷ്ഠനൊ -
രണ്ഡജനല്ലേ സൂര്യനു സാരഥി ?
പൊണ്ണനു തുടയിണയിലകള് മുറിച്ചൊരു
വണ്ണന് വാഴ കണക്കേ രവിയുടെ
തേരു തെളിച്ചു നടക്കുന്നിപ്പോ -
ളാരും ഗ്റഹിയാതില്ലിഹ ഗരുഡാ !
ഊരുവിഹീനന് തന്നുടെ തമ്പി -

ക്കൂരു മുറിഞ്ഞു നടപ്പാറായി ;
മാരുതിയോടു മറുത്തു വരുന്നവ -
രാരും തോറ്റു മടങ്ങാതില്ല ;
പോരും നിന്നുടെ പൗരുഷവാക്കുകള്
ചേരുന്നില്ലിഹ ചെറ്റുമിദാനീം
പോരു തുടറ്ന്നു ജയിപ്പാന് മാത്റം
പോരും ഞാനെന്നാഗ്റഹമെങ്കില്
ആരംഭിക്കണമാഹവമെന്നൊടു
സാരം വച്ചു പറഞ്ഞതു മതിമതി !
കൊക്കും മുഖവും നഖവും ചിറകുമെ -
നിക്കുണ്ടായുധമമറ് ചെയ് വതിനെ -
ന്നുള്ക്കമലത്തില് നിനക്കൊരു ഹുംകൃതി -
നില്ക്കും രണ്ടടി കൊള്ളുന്നേരം .
മുഷ്ക്കു ശമിച്ചുടനീയല് കണക്കു പ -
റക്കും നീ പടയേറ്റെന്നാകില്

ദിക്കു ജയിച്ചൊരു രാവണവീരനി -
രിക്കും ലങ്കാനഗരം ചുട്ടുക -
രിച്ചൊരു കരുമന കേട്ടവരാരും
ഇക്കപിവരനൊടു നേറ്ക്കയുമില്ല
ഒക്കെയറിഞ്ഞൊരു പക്ഷിക്കെന്നെയ -
മറ്ക്കാമെന്നു മുതിറ്ന്നതു കൊള്ളാം
നിന്നെക്കൊല്ലുകയില്ലാ ഹനുമാന്
പിന്നെദ്ദോഷം വരുമതുമൂലം
കിന്നര ചാരണ സന്നതനീശ്വര -
നെന്നുടെ നാഥന് ശ്റീനാരായണ -
ദേവന് തന്നുടെ വാഹനമാകിയ
ത്വദ്ദേഹത്തെ നശിപ്പിച്ചന്നാ -
ലദ്ദോഷം മമ തീരുകയില്ലെന്നു -
ദ്ദേശിച്ചു പറഞ്ഞിതു ഞാനും
സറ്പ്പാശനനായുള്ളൊരു നിന്നുടെ
ദറ്പ്പമശേഷമടക്കിയയപ്പാ -
നല്പ്പം സംഗരമിവിടെച്ചെയ്യാ -
മപ്പുറമേതും ഭാവവുമില്ല . "

ഇങ്ങനെയുള്ളൊരു പവനാത്മജനുടെ
ഭംഗികലറ്ന്നൊരു മൊഴി കേട്ടിട്ടും
സംഗരമെളുതല്ലെന്നതു ഹന്ത വി -
ഹംഗമരാജനു തോന്നീലേതും ;
" കരുതിക്കൊള്ളെട കപികുലകീടാ !
പൊരുതിക്കൊള്ളെട പൊണ്ണത്തടിയാ
തരുമൃഗമാകിയ നിന്നുടെ തടിയൊരു
പെരുമല പോലെ തടിച്ചു തുടിച്ച -
തടിച്ചു തുലച്ചു പിടിച്ചു മിഴിച്ചുമെ -
തിറ്ത്തു വരുന്ന സമറ്ത്ഥന് ഗരുഡന് ;
ധൂറ്ത്തു പെരുത്ത കുരങ്ങച്ചാരേ !

കൂറ്ത്തു വളഞ്ഞൊരു കൊക്കിന് മുകളില്
കോറ്ത്തും കൊണ്ടു പറന്നു തിരിച്ച -
ക്കാറ്ത്ത്യായനിയുടെ സോദരനാകിയ
കീറ്ത്ത്യാ വിലസിന സുലളിതകോമള -
മൂറ്ത്ത്യാനന്ദജനാറ്ത്ത്യാദിഹരന്
മുരരിപു ഭഗവാന് വാണരുളുന്ന
പുരത്തില്ക്കൊണ്ടെ താഴ്ച വരാതിഹ
തന് തിരുമുമ്പില് കാഴ്ചയതായ് വ -
ച്ചന്തരമെന്യേ തൊഴുതീടുന്നേന് . "

ഇത്ഥം പറഞ്ഞു ചെന്നു യുദ്ധം തുടങ്ങി പാരം
ക്റുദ്ധന് ഗരുഡനതി ശുദ്ധന് താനെന്നേ വേണ്ടു ;
ശക്തന്മാരായുള്ളൊരു നക്തഞ്ചരേന്ദ്റന്മാരെ -
കുത്തിക്കൊലചെയ്തൊരു ശക്തിയില് പാതി വേണ്ടാ

മരുത്തിന്റെ പുത്റനാകും കരുത്തന് ഹനുമാനെന്ന
പരമാറ്ത്ഥമറിയാതെ ഗരുഡന് പട തുടങ്ങി .
ചൊടിച്ചും ചിറകുകള്കൊണ്ടടിച്ചും ,
കൊക്കുകള്കൊണ്ടു
കടിച്ചും , വട്ടത്തില് പാഞ്ഞങ്ങടുത്തും , വല്ലാത്ത
വാക്കു
പറഞ്ഞും , തങ്ങളില് കെട്ടിപ്പിണഞ്ഞും , ദൂഷണം
ചൊല്ലി -
പ്പഴിച്ചും , ഘോഷിച്ചു ശുണ്ഠികടിച്ചും , പോരാടുന്നേരം
കുലുങ്ങി ഗന്ധമാദനം , കലങ്ങി വാരിധി നാലും ,
മുടങ്ങി മൃഗസഞ്ചാരം , നടുങ്ങി ഭൂചക്റവാളം
മടങ്ങീടാതെ തങ്ങളില് തുടങ്ങി മുഷ്ടിയുദ്ധങ്ങള് .

അടികളുമിടികളുമുടനുടനെ
കടിപിടികലശലുമിഹ ഘടനെ

വടിതടിയൊക്കെയുമടവുകളും
പൊടുപൊടെ രടിതവും വിരുതുകളും
കദനവിധങ്ങളൊന്നു പകറ്ന്നീടുന്നു

കദളിവിപിനമൊക്കെത്തകറ്ന്നീടുന്നു
മലകടെ ഗുഹകളും മുഴങ്ങീടുന്നു
കലപുലികളുമേറ്റം കുഴങ്ങീടുന്നു
കലഹരസികന് മുനി രസിച്ചീടുന്നു
ഭയമുടയവരൊക്കെത്തിരിച്ചീടുന്നു
ഭയമില്ലാത്തവറ് കണ്ടു രസിച്ചീടുന്നു
പരിചൊടു കൈയ്യും കാലും തളറ്ന്നീടുന്നു
ഗരുഡനു മദമൊന്നു കുറഞ്ഞീടുന്നു .
ഗമനമുചിതമെന്നങ്ങുറച്ചീടുന്നു .
തെല്ലു കയറ്ത്തൊരു മാരുതസുതനുടെ
തല്ലുകള് കൊണ്ടു തളറ്ന്നു ശരീരം
അല്ലല് മുഴുത്തുടനരുണസഹോദര -
നാശു പറന്നു തിരിച്ചു തുടങ്ങി .
ഒന്നു വിളിച്ചരുള് ചെയ് തു ഹനുമാ -
"നെന്നുടെ ഗരുഡന് ഖേദിക്കേണ്ട
എന്നെപ്പൊരുതു ജയിപ്പാനിപ്പോള്
മന്നിലൊരുത്തരു മതിയാകില്ലാ
എന്നതു കാരണമെന്നൊടു തോറ്റതി -
നെന്നുടെ ഗരുഡനൊരവമതി വേണ്ടാ
അങ്ങു പരാക്റമമില്ലാഞ്ഞല്ലിഹ
ഭംഗം വന്നു ഭവിച്ചു സഖേ ! തവ
തുംഗപരാക്റമനാകിയ മനുകുല -
പുംഗവരാമസ്വാമികടാക്ഷം -
കൊണ്ടു നമുക്കു വിശേഷതയുള്ളതു -
കൊണ്ടു ഭവാനുമറിഞ്ഞീടേണം ;
രണ്ടുവിധം വാക്കില്ല നമുക്കും

പണ്ടുമിദാനീമപി നഹി ഭേദം
ഗുരുവാമെന്നുടെ രഘുകുലനാഥന്
ഒരു വാക്കിപ്പോള് ചൊല്ലിയയച്ചാല്
വരുവാന് സംശയമില്ലിങ്ങായതു -
മൊരുവാക്കങ്ങു ധരിപ്പിക്കേണം
സജ്ജനസഭയിലിരുന്നരുളുകിലും
ദുറ്ജ്ജനസഭയിലിരുന്നരുളുകിലും
അജ്ജനകസുതാപതിയരുള്ചെയ് താ -
ലിജ്ജനമവിടെ വരാന് കുറവില്ലാ ."
ഇത്തരമുള്ളൊരു മാരുതിവചനം
ചിത്തരസത്തൊടു കേട്ടഥ ഗരുഡന്
സത്വരമങ്ങു പറന്നു തിരിച്ച -
ങ്ങുത്തരമുരിയാടാതെ ഗമിച്ചു .
കാരണപുരുഷന് വാണരുളീടിന
ദ്വാരവതീപുരി പുക്കഥ ഗരുഡന്
വന്ദന ചെയ് തിഹ നിന്നൊരു സമയേ
നന്ദകുമാരന് ചോദ്യം ചെയ് തു :
എന്നുടെ ഗരുഡന് വന്നോ ബത പുന -
രെങ്ങു ഹനൂമാന് പിറകെ വരുന്നോ ?
നിന്നൊടു കൂടി വരാതെയിരിപ്പാന്
സംഗതിയില്ലവനെന്തിഹ വൈകി ?
മറ്ക്കടവരനിഹ ഗോപുരസീമനി
പാറ്ക്കുന്നെന്തിനു പഴുതിലിദാനീം ;
വെക്കം വരുവാന് ചൊല്ലീടവനെ
അക്കപിവരനവസരമറിയേണ്ടാ . "
അറ്ജ്ജുനസഖനുടെ വചനം കേട്ടിഹ
ലജ്ജിതനാകിയ വിനതാതനയന്
അഞ്ജലി കൂപ്പിയുണറ്ത്തിച്ചാനുട -
നഞ്ജനതന്നുടെ മകനുടെ വചനം :
" ഉല്പലലോചന ! നിന്തിരുവടിയുടെ

കല്പന ഞാന് ചെന്നവനൊടു ചൊന്നേന്
അല്പം ബഹുമാനിച്ചീലെന്ന -
ല്ലപ്റിയവചനമുരച്ചൂ ഹനുമാന്
നിന്തിരുവടിയെക്കൊണ്ടു ദുഷിച്ചതു
ചിന്തിച്ചാലതികഠിനം കഠിനം
ഹന്ത നമുക്കതുണര്ത്തിപ്പാനെളു -
തല്ല മുകുന്ദ മുകുന്ദ നമസ്തേ !
' ഇടയില്ലാത്ത ഭടന്മാരാകുമൊ -
രിടയന്മാരുടെ നടുവില് വസിക്കും
മുടിയന് ചൊല്ലിയയച്ചിഹ വന്നൊരു
തടിയന് നീയെന്തറിയും ? മൂഢാ ?
മടവാറ് ചൊല്ലിയ വിടുപണിയെല്ലാം
മടികൂടാതെയെടുത്തു പൊറുക്കും

പിടിയാത്തവരൊടു പരിയപ്പെട്ടോ -
നടിയാനല്ലിക്കപികുലവീരന്
കടിയാപ്പട്ടി കുരയ്ക്കുമ്പോളൊരു
വടിയാല് നില്ക്കുമതല്ലാതെന്തിഹ
പടുവാമവനെപ്പേടിയുമില്ലി -
പ്പടുവാം പവനതനൂജനുമിപ്പോള്
കടുതായ് ശബ്ദിക്കും കുറുനരിയെ -
ക്കടുവായുണ്ടോ പേടിക്കുന്നു ?
ചൊല്ലേറും രഘുനായകനല്ലാ -
തില്ലിഹ ദൈവമെനിക്കിഹ ഭുവനേ
കല്യാണാകൃതി സീതാരമണന്
ചൊല്ലിയയച്ചെന്നാലവിടത്തില്
ചെല്ലുവതിന്നൊരു സംശയവും പുന -
രില്ല നമുക്കതു ബോധിച്ചാലും !
വല്ലതുമെങ്കിലുമസ്തു നമുക്കൊരു
വല്ലവശിശുവെശ്ശങ്കയുമില്ല

പുല്ലും നിന്നുടെ സ്വാമിയുമൊക്കും
ചൊല്ലുക നീ ചെന്നവനൊടിതെല്ലാം
വെണ്ണ കവറ്ന്നു ഭുജിച്ചു നടക്കും
കണ്ണന് ചൊല്ലിയയച്ചിവിശേഷം
കറ്ണ്ണം കൊണ്ടു ശ്റവിക്കയുമില്ലീ -
യറ്ണ്ണവതരണം ചെയ്തൊരു ഹനുമാന് '
അക്കപിയിങ്ങനെ നിന്തിരുവടിയെ
ധിക്കാരേണ പറഞ്ഞൊരു വാക്കു സ -
ഹിക്കാഞ്ഞടിയന് തടിയന് കപിയൊടു
വക്കാണത്തിനു വട്ടം കൂട്ടി
കൊക്കും ചിറകുമുയറ്ത്തിച്ചെന്നഥ
കൊത്തും തള്ളലുമടികളുമിടികളു -
മിത്തരമഖിലവിധങ്ങളിലവനൊടു
യുദ്ധം ചെയ്തു കുറഞ്ഞൊരു നേരം
ഉദ്ധതനാകിയ മാരുതസുതനൊടു
കുത്തും തള്ളലുമിടിയും കടിയും
തൊഴിയും പൊഴിയും കൊണ്ടുടനടിയന്
മണ്ടിപ്പോന്നിഹ ഭവനം പുക്കേന് ;
പണ്ടൊരുനാളുമിവണ്ണമൊരവമതി -
യുണ്ടായിട്ടറിവില്ലടിയന്ന്
പണ്ടാരമുതല് തിന്നു മുടിക്കും
പണ്ടങ്ങള്ക്കിതു കേട്ടാല് പരിഭവ -
മുണ്ടെന്നാകില് തഴയും കൈയില്
കൊണ്ടു പുറപ്പെട്ടീടുക വേണം ;
യജമാനന് മാരെങ്ങൂ ? നിങ്ങടെ
യജമാനത്വമിതെന്തിനു കൊള്ളാം ?
തങ്ങടെ സ്വാമിയെയിന്നൊരു മൂത്ത കു -
രങ്ങച്ചന് ദുഷിവാക്കു പറഞ്ഞാല്
എങ്ങനെ കേട്ടു പൊറുത്തീടുന്നു ?
ചങ്ങാതിക്കതു ചിതമായ് വരുമോ ?

ലന്തക്കുഴലും വില്ലും കണയും
കുന്തവുമേന്തി നടക്കും നിങ്ങടെ -
ചന്തം കാണ്മാനല്ലെജമാനന്
ചോറും തന്നു പൊറുപ്പിക്കുന്നു ;
എന്തെങ്കിലുമൊരു പടയില് ചെന്നുട -
നന്തം വരികിലതല്ലേ നല്ലൂ
അന്തരമില്ല ജനിച്ചപ്പോഴേ
അന്തവുമുണ്ടു ധരിച്ചീടേണം ;
കറ്ക്കടശൂലമുസൃണ്ഠികളെന്നിവ -
യൊക്കെയെടുത്തു പടക്കു പുറപ്പെ -
ട്ടുല്ക്കടരോഷം മലമുകളേറി -
ദ്ദിക്കുകളൊക്കെ മുഴക്കിച്ചെന്നാല്
അക്കപിയെങ്ങനെ നിന്നുപൊറുപ്പൂ ?
ചുറ്റും നിന്നു ശരങ്ങളയക്കാം
എറ്റും പിടിയും കലശലു കൂട്ടാം
കൊറ്റു മുടക്കാം കൊട്ടു കൊടുക്കാം
തെറ്റുമവന്റെ പരാക്റമമപ്പോള്
ചെറ്റും സംശയമതിനില്ലിപ്പോള്
കുറ്റം കൂടാതവനെച്ചെന്നിഹ
കുത്തിക്കൊന്നു നമുക്കിഹ പോരാം . "
ചമ്പതാളം

ഗരുഡനുടെ ഭാഷിതം കേട്ടു മന്ദസ്മിതം
മൃദുവദപങ്കജേ ജാതമായീ മുദാ
മുരമഥനനൂചിവാ " നെന്തെടോ നിന്നുടെ
കരളിലൊരു സാഹസമിങ്ങനെ തോന്നുവാന് ?
അസുരസുരസംഘവും മറ്ത്യസംഘങ്ങളും
അഖിലമൊരുമിച്ചുചെന്നാഹവം ചെയ്കിലും
അതുലബലവീര്യനാമഞ്ജനാപുത്റന്റെ
വധമിതെളുതല്ലെടോ ! വൈനതേയാ സഖേ !

മതി മതി മനോരഥമെന് മൊഴി കേള്ക്ക നീ
മതിവിഭവശാലിയാം മാരുതിവാനരന്
രജനിചരഭഞ്ജനന് രാമചന്ദ്റപ്റിയന്
സലിലനിധിലംഘനന് സാരതേജോമയന്
സുഖഗതവിഭീഷണന് സൂക്തിസംഭാഷണന്
അവനൊടു മറുത്തു നീയാഹവം ചെയ്തതും
അധികമവിവേകമെന്നോറ്ത്തുകൊള്ക സഖേ !
ഇനിയമൊരെടുപ്പു നീ ചെന്നു പോന്നീടേണം
വിരവിനൊടു വീരനെക്കണ്ടു ചൊല്ലീടേണം
രജനിചരവൈരിയാം രാമചന്ദ്റന് മുദാ
രചിതസുഖമെന്നോടു ചൊല്ലിവിട്ടൂ ഹിതം
ജനഹൃദയരഞ്ജനന് ജാനകീവല്ലഭന്
മനസിജമനോഹരന് മാനഗാംഭീര്യവാന്
ദശവദനഖണ്ഡനന് ദ്വാരകാമന്ദിരേ
വിശദമെഴുനള്ളി മേവുന്നു ഹേ മാരുതേ !
ഇതി കിമപി ചൊല്ലിയാലിന്നുതന്നേ വരും

മതിഗുണമനോഹരന് മാരുതന്റേ മകന് . "
ഏവം കനിഞ്ഞു വാസുദേവനരുളിച്ചെയ്തു

ഭാവം തെളിഞ്ഞു വൈനതേയന് വണങ്ങി മെല്ലെ
പക്ഷി പറന്നു പല വൃക്ഷത്തിന് മീതേകൂടി
വിക്ഷിപ്ത വേഗമോടേ വീരന് ഗമനം ചെയ്തു :
മാരുതി വസിക്കുന്ന ചാരു കദളിക്കാട്ടില്
പാരാതിറങ്ങിച്ചെന്നു പാരം കനിവിനോടേ
ശ്റീരാമഭക്തന് തന്റെ ശ്റീപാദസന്നിധിയി -
ലാരോമല്ഭക്തിയോടേ നിന്നു പറഞ്ഞീവണ്ണം :
" വീര ! വിജയഗുണ ധീര ! പവനസുത !
ശ്റീരാമദേവനുണ്ടു ദ്വാരവതീപുരിയില്
വീരാ വസിച്ചീടുന്നു പാരാതെഴുനള്ളേണം ! "

എന്നതു കേട്ടരുള് ചെയ്തൂ ഹനുമാ -
" നെന്നുടെ നാഥന് രഘുകുലവരനെ
നിന്നുടെ കണ്കൊണ്ടീക്ഷിതനായോ ?
മുന്നമയോദ്ധ്യയില് വാണൊരു നാഥന്
പിന്നെയുമിങ്ങവതീറ്ണ്ണനതായോ ?
ലക്ഷ്മണനുണ്ടോ ഭരതനുമുണ്ടോ ?
ലക്ഷണനാം ശത്റുഘ്നനുമുണ്ടോ?
ലക്ഷ്മീഭഗവതിയാകിയ സീതയു -
മക്ഷിതിപന്റെ സമീപത്തുണ്ടോ ?
പക്ഷികുലോത്തമനിദമരുള് ചെയ്തു :
ലക്ഷ്മണനില്ലാ ഭരതനുമില്ലാ
ലക്ഷണനാം ശത്റുഘ്നനുമില്ലാ
ലക്ഷ്മീഭഗവതിയാകിയ സീതയു -
മക്ഷിതിപന്റെ സമീപത്തില്ലാ ; "
" ജാനകിയില്ല സമീപത്തെങ്കില്
ഞാനങ്ങോട്ടു വരത്തില്ലിപ്പോള്
നീയങ്ങോട്ടു നടന്നാലും ഹനു -
മാനങ്ങോട്ടു വരുന്നില്ലുണ്ണീ .
ഹനുമാനിങ്ങനെയുരചെയ്തെന്നതു
മനുകുലവരനോടറിയിച്ചാലും ."
എന്നതു കേട്ടഥ ഗരുഡന് താനും
പോന്നു പറന്നു തിരിച്ചവിടുന്നു
കാരണപുരുഷന് വാണരുളീടിന
ദ്വാരവതീപുരി പുക്കഥ മെല്ലെ
വന്ദന ചെയ്തിഹ നിന്നൊരു സമയേ
നന്ദകുമാരന് ചോദ്യം ചെയ്തു :
"ഹനുമാനെങ്ങു വിഹംഗമവീരാ ? "
" ഹനുമാനങ്ങു മഹാഗിരി മുകളില് "
" ഇങ്ങോട്ടെന്തു വരാഞ്ഞൂ ഹനുമാന് ? "

" ഇങ്ങോട്ടു വരത്തില്ലാ ഹനുമാന് "
" എന്തൊരു സംഗതിയിങ്ങനെ പറവാന് ? "
" എന്തെന്നടിയനറിഞ്ഞതുമില്ല "
" പരമാറ്ത്ഥം നീയറിയിച്ചില്ലേ ? "
" പരമാറ്ത്ഥം ഞാനറിയിച്ചത്റേ "
" രഘുപതിയെബ്ബഹുമാനമതില്ലേ ? "
" രഘുപതിയെബ്ബഹുമാനമതുണ്ട് "

" കല്പിച്ചാലതു കേള്ക്കരുതായോ ? "
" കല്പിച്ചാലതു കേള്ക്കുംതാനും "
" അതിനെന്തൊരു വൈഷമ്യമിദാനീം ? "
" അതിനൊരു വൈഷമ്യം കുറയുണ്ട് "
" ആയതുമെന്നോടറിയിച്ചാലും "
" ആയതുമടിയനുണറ്ത്തിച്ചീടാം ;
ആയതമിഴിയാളാകിയ ജാനകി
ലക്ഷ്മീഭഗവതിയാകിയ സീത ,
രക്ഷോവരരിപുവാകിയ നൃപനുടെ
അന്തികഭാഗത്തില്ലെന്നാകില്
തന്തിരുവടിയെക്കാണുകയില്ലെ -
ന്നന്തരഹീനമുരച്ചിതു ഹനുമാന് . "
എന്നതു കേട്ടു മുകുന്ദന് താനും
" നന്നിതു കൊള്ളാമവനുടെ ഭാവം
എന്നാലിനിയുമൊരിക്കല് കൂടെ
ചെന്നു വരേണം പക്ഷികുലേന്ദ്റാ !
ചാരുതയാ ജനകാത്മജയോടും
ദ്വാരക തന്നില് വസിച്ചീടുന്നു
ശ്റീരഘുനായകനെന്നതു നമ്മുടെ
മാരുതിയോടു പറഞ്ഞീടുക പോയ് . "
" കല്പന കേള്ക്കാന് മടിയില്ലടിയനു
ചില് പുരുഷോത്തമ ! കൃഷ്ണ മുരാരേ !

ത്വല് പദപങ്കജമല്ലാതൊരു ഗതി -
യിപ്പരിഷക്കില്ലഖിലജനേശാ ! "
എന്നു പറഞ്ഞു പറന്നു തിരിച്ചു
പന്നഗഭക്ഷണപക്ഷി ശ്റേഷ്ഠന്

പങ്കജാക്ഷനതുനേരം തന്നുടെ
മങ്കമാറ്കളെ വിളിച്ചരുള് ചെയ്തു :
" ലങ്ക ചുട്ടു പൊടിയാക്കി നിശാചര -
സംഘമമ്പൊടു മുടിച്ചൊരു ഹനുമാന്
ശങ്കരപ്റിയനശേഷജനങ്ങടെ
സങ്കടങ്ങളെയൊഴിച്ചു സുഖത്തെ -
സ്സംഘടിപ്പതിനു നല്ല സമറ്ത്ഥന്
ശങ്ക വേണ്ട ശശിനേറ്മുഖിമാരേ !
കല്യനാമവനെയിങ്ങു വരുത്താന്
ചൊല്ലി വിട്ടു വിനതാത്മജനേ ഞാന് ;
നല്ല വീര്യബലശാലി ഹനൂമാ -
നില്ല കില്ലിഹ വരും വിരവോടേ
രാമഭദ്റനു നല്ലൊരു മേഘ -

ശ്യാമകോമളമുദാര ശരീരം
ഞാനുമന് പൊടു ധരിച്ചീടുന്നേന് ;
ഭാഗ്യമുള്ള പതിനാറു സഹസ്റം
ഭാര്യമാരിലൊരു പങ്കജഗാത്റി
വേഗമിന്നു ജനകാത്മജ തന്നുടെ
വേഷമമ്പൊടു ധരിക്കണമിപ്പോള് "
നാരായണനുടെ കല്പന കേട്ടഥ
നാരികള് പതിനാറായിരമുള്ളതി -
ലൊരു നാരിക്കും ജനകാത്മജയുടെ
തിരുമേനിക്കു സമാനശരീരം
വിരവൊടു ഹന്ത ധരിപ്പാന് കൗശല -

മൊരു തെല്ലും പുനരുണ്ടായില്ലാ ;
പരവശമവരുടെ ഭാവമതിങ്ങനെ
മുരരിപു ഭഗവാന് കണ്ടു ചിരിച്ചു
എട്ടു നതാംഗികള് പിന്നെ വിശേഷി -
ച്ചൊട്ടുമവറ്ക്കൊരു താഴ്ചയുമില്ലാ
എന്നതിലാറു വിലാസിനിമാരൊടു
നന്ദകുമാരനുമരുളിച്ചെയ്തു :
" കാളിന്ദീ ജാംബവതി സത്യാ
കേളിയേറിയൊരു ഭാമ രുക്മിണി
മിത്റവിന്ദയെന്നുള്ളൊരു ഭാര്യമാ -
രത്റവന്നു വണങ്ങുവിനേവരും
നേത്റരാഗമെനിക്കിഹ നിങ്ങടെ
ഗാത്റരത്നമതു കണ്ടു സുഖിപ്പാന്
ജാനകിതന്നുടെ വേഷമെടുപ്പാന്
മാനിനിമാറ്ക്കിഹ കൗശലമുണ്ടോ ?
ഞാനതുകാരണമിങ്ങു വിളിച്ചു
ആനനമെന്ത്യേ താഴ്ത്തീടുന്നു ? "
അംഗനമാരവരാറും ചൊന്നാറ് :
" ഞങ്ങള് നിനച്ചാലിന്നിതു മാത്റം
സാധിപ്പാനെളുതല്ല മുകുന്ദാ !
ബോധിച്ചീടുക തിരുമനതാരില് ; "
മന്ദസ്മിതവും ചെയ്തഥ ഭീഷ്മക -
നന്ദിനിയോടരുള് ചെയ്തു മുകുന്ദന് :
" രുക്മിണി ബാലേ ! മൈഥിലിതന്നുടെ
വേഷമതാശു ധരിക്കേണമിപ്പോള്
രഘുനായകനുടെ വേഷം ഞാനും
ലഘുതരമങ്ങു ധരിച്ചീടുന്നേന്
വൈദറ്ഭീ ! ശൃണു നീയും വിരവൊടു
വൈദേഹീവടിവാശു ധരിക്ക

ഹനുമാനിങ്ങു വരുന്നതിനുള്ളില്
തനു മാറി സ്ഥിതി ചെയ്യണമിപ്പോള് . "
എന്നതു കേട്ടഥ പുരമുറിതന്നില്
ചെന്നു കരേറിയിരുന്നു പതുക്കെ
കതകുമടച്ചു കണ്ണുമടച്ചു
മാനമിയന്നു മനസ്സുമുറച്ചു ;
ജാനകി തന്നുടെ തടമുല തുടയിണ
കടിതടമൃദുലസ്ഫുടതരമുടലുടെ
ഗുണഗണമഹിമാവതുമുടനോറ്ത്തും
പേറ്ത്തു ശരീരം പാറ്ത്തു തരത്തില്
പണി പലതും ചെയ്താശു കരാഗ്റേ
മണിദറ്പ്പണവുമെടുത്തഥ നോക്കി
കുനിഞ്ഞു നിവറ്ന്നു പിരിഞ്ഞു വലഞ്ഞും
എളുതല്ലെന്നു മനസ്സിലുറച്ചും
കളമൊഴി രുക്മിണി കതകു തുറന്നു
വെളിയില് പോന്നു മുകുന്ദസമീപേ
തെളിവില്ലാതവള് മുഖവും താഴ്ത്തി
ക്ഷീണമിയന്നു വണങ്ങിച്ചൊന്നാള് :
" നാണക്കേടു നമുക്കു ഭവിച്ചു
രാമന് തന്റെ കളത്റമതാകിയ
കാമിനിമണിയുടെ വേഷമെടുപ്പാന്
പലപല യത്നം ചെയ്തേനതിനൊരു
ഫലമുണ്ടായതുമില്ല മുരാരേ !
അണുമാത്റം കൃപയുണ്ടെന്നാകില്
ഇതുമാത്റം കല്പിച്ചീടരുതേ ! "
രുക്മിണിയിങ്ങനെ ചൊന്നതു കേട്ടൊരു
വിശ്വംഭരനാമംബുജനേത്റന്
സത്യഭാമയെ വിളിച്ചരുള് ചെയ്തു :
" സത്യഭാഷിണി നിനക്കു നിനച്ചാല്
ജാനകീന്ദുമുഖി വേഷമെടുപ്പാന്

മാനിനീ ! തവ ഹി കൗശലമുണ്ടോ ?
ആമിതെങ്കിലതിസുന്ദരി തെല്ലും
താമസിക്കരുതു കാമിനിമൗലേ ! "
സത്യഭാമയതു കേട്ടൊരു നേരം
സത്യസന്ധനെ വണങ്ങി നടന്നു
അങ്ങു ചെന്നു ജനകാത്മജതന്നുടെ
അംഗഭംഗി വഴിപോലെ ചമഞ്ഞു
അങ്ങു ചെന്നു മുകില് വര്ണ്ണസമീപേ
ഇന്ദുബിംബമുഖി നിന്നു വണങ്ങി ;
കാര്മുകില് വര്ണ്ണലുമപ്പോള്ത്തന്നെ
കാര്മുകവും തൃക്കൈയ്യിലെടുത്തു
അന്പുമെടുത്തുപിടിച്ചു കരാഗ്റേ
വമ്പു പെരുത്ത ദശാനനവീരനെ
അന്തകപുരിയിലയച്ച പുമാനുടെ
ചന്തമിയന്ന ശരീരം പൂണ്ടു .

പക്ഷീന്ദ്റനങ്ങു ചെന്നു പവനാത്മജനെക്കണ്ടു
പക്ഷമിളക്കിക്കൊണ്ടു പറഞ്ഞു സന്തോഷത്തോടേ :
" ശ്റീരാമദേവനുണ്ടു സീതാദേവിയും കൂടി
വീരാ ! വസിച്ചീടുന്നു ദ്വാരാവതീപുരിയില്
പാരാതെ പോക നമുക്കാരോമല് ഭക്തിയോടേ . "
നാരായണവാഹനനേവം പറഞ്ഞ നേരം
പാരം പ്റസാദിച്ചരുള് ചെയ്തു ഹനുമാനപ്പോള് :

" പോരുന്നതുണ്ടു ഞാനുമേതും സംശയം വേണ്ടാ
അഗ്റേ നടന്നാലും നീയധുനാ പക്ഷികുലേന്ദ്റാ !
വ്യഗ്റേതരം ഞാനഥ പിറകേ വരുന്നുണ്ടല്ലോ
ചിറകുള്ള നിനക്കങ്ങു പറന്നു ഗമിക്കാമല്ലോ
ചിറകില്ലാത്ത ഞാനങ്ങു നടന്നു നടന്നു ബഹു
കാടും മലയും കുന്നും തോടും കടന്നു ദേഹം

വാടി വലഞ്ഞു ബഹുനേരം കൂടിയേ പറ്റൂ ;
മുന്നേ നീയങ്ങു ചെന്നു രാമനോടറിയിക്ക
പിന്നാലെ വരുന്നുണ്ടു പിംഗാക്ഷനെന്നീവണ്ണം . "

ഹനുമാന് തന്നുടെ വാക്കുകള് കേട്ടു
വിഹംഗമരാജന് പോന്നൊരു ശേഷം
ശ്റീഹനുമാനൊരു നൊടിനേരം കൊ -
ണ്ടതിവേഗാലാദ്വാരക പറ്റി
സീതാസഹിതനതാകിയ രഘുകുല -
നാഥന് തന്നുടെ ചരണസരോജേ
വീണു നമസ് കൃതി ചെയ്തു പതുക്കെ
പാണികള് മൗലിയില് വച്ചഥ കൂപ്പി
വാണികള് കൊണ്ടു ബഹുസ്തുതി ചെയ്തു
നാണമൊഴിച്ചിതി മാരുതപുത്റന് :
" രാമഹരേ ജയ രഭുകുല നായക !
രാവണനാശന ! രാഘവ ! ജയ ജയ
ജനകതനൂജേ ദേവി ! നമസ്തേ !
കനകമനോഹരകോമളകായേ !
മനുകുലപുംഗവമാനിനി മായേ ! "
ഇത്തരമനവധി നുതിഗിരമോതി
ചിത്റവിചിത്റചരിത്റനതാകിയ
സീതാപതിയൊടു യാത്റയുമോതി
പ്റീത്യാ യാതനതായ് ഹനുമാനും
പവനജനങ്ങു ഗമിച്ചൊരു ശേഷം
പതഗകുലേന്ദ്റന് വന്നു വണങ്ങി ;
" ഹനുമാനെങ്ങു വിഹംഗമവീരാ ! "
" ഹനുമാനുണ്ടിഹ പിറകെ വരുന്നു ; "
" അയ്യോ ഭോഷാ ! നീയറിയാതെ
അഞ്ജനതന്നുടെ തനയനിദാനീം
കണ്ടു പറഞ്ഞു മറഞ്ഞിട്ടിപ്പോള്

രണ്ടരനാഴികയങ്ങു കഴിഞ്ഞു ;
മാരുതനേക്കാള് വേഗമതുള്ളൊരു
മാരുതസുതനെ ജയിപ്പാനിപ്പോള്
പാരിലൊരുത്തരു മതിയാകില്ല
പോരും നിന്നുടെ ഗറ്വ്വുകളെല്ലാം . "
എന്നരുള് ചെയ്തു മുകുന്ദന് ഭഗവാന്
രാഘവരൂപമുപേക്ഷിച്ചുടനേ
ഉന്നതമായൊരു മണിഭവനാന്തേ
ചെന്നുവസിച്ചിതു വാസവസഹജന് .
ഗരുഡനുമേറ്റം വിസ്മയമോടേ
മാരുതവുതനെബ് ബഹുമാനിച്ചു
ഹരിഹരമുരഹരചരണം കൂപ്പി -
ത്തിരുവൈകുണ്ഠത്തങ്ങു ഗമിച്ചു .

**രാമാനുചരിതം ഓട്ടന് തുള്ളല് സമാപ്തം**

★★★

Milton Keynes UK
Ingram Content Group UK Ltd.
UKHW021947280324
440175UK00015B/965

9 798881 213299